የመጀመሪያው የስዕል መዝገበ ቃላት

እንስሳት

First Picture Dictionary

Animals

ቢራቢሮ
Butterfly

አሳማ
Pig

ቀበሮ
Fox

ጥንቸል
Rabbit

በኣና ኢቫኒር የተሣለ

www.kidkiddos.com
Copyright ©2025 by KidKiddos Books Ltd.
support@kidkiddos.com

All rights reserved. No part of this book may be reproduced in any form or by any electronic or mechanical means, including information storage and retrieval systems, without written permission from the publisher, except in the case of a reviewer, who may quote brief passages embodied in critical articles or in a review.
First edition, 2025

Library and Archives Canada Cataloguing in Publication
First Picture Dictionary – Animals (Amharic English Bilingual edition)
ISBN: 978-1-83416-453-3 paperback
ISBN: 978-1-83416-454-0 hardcover
ISBN: 978-1-83416-452-6 eBook

የዱር እንስሳት
Wild Animals

አንበሳ
Lion

ነብር
Tiger

ቀጭኔ
Giraffe

✦ቀጭኔ በየብስ ላይ ካሉ እንስሳት ሁሉ ረጅሙ ነው፡፡

✦*A giraffe is the tallest animal on land.*

ዝሆን
Elephant

ጦጣ
Monkey

ድብ
Bear

ካንጋሮ
Kangaroo

አዞ
Crocodile

ግመል
Camel

ሜዳ አህያ
Zebra

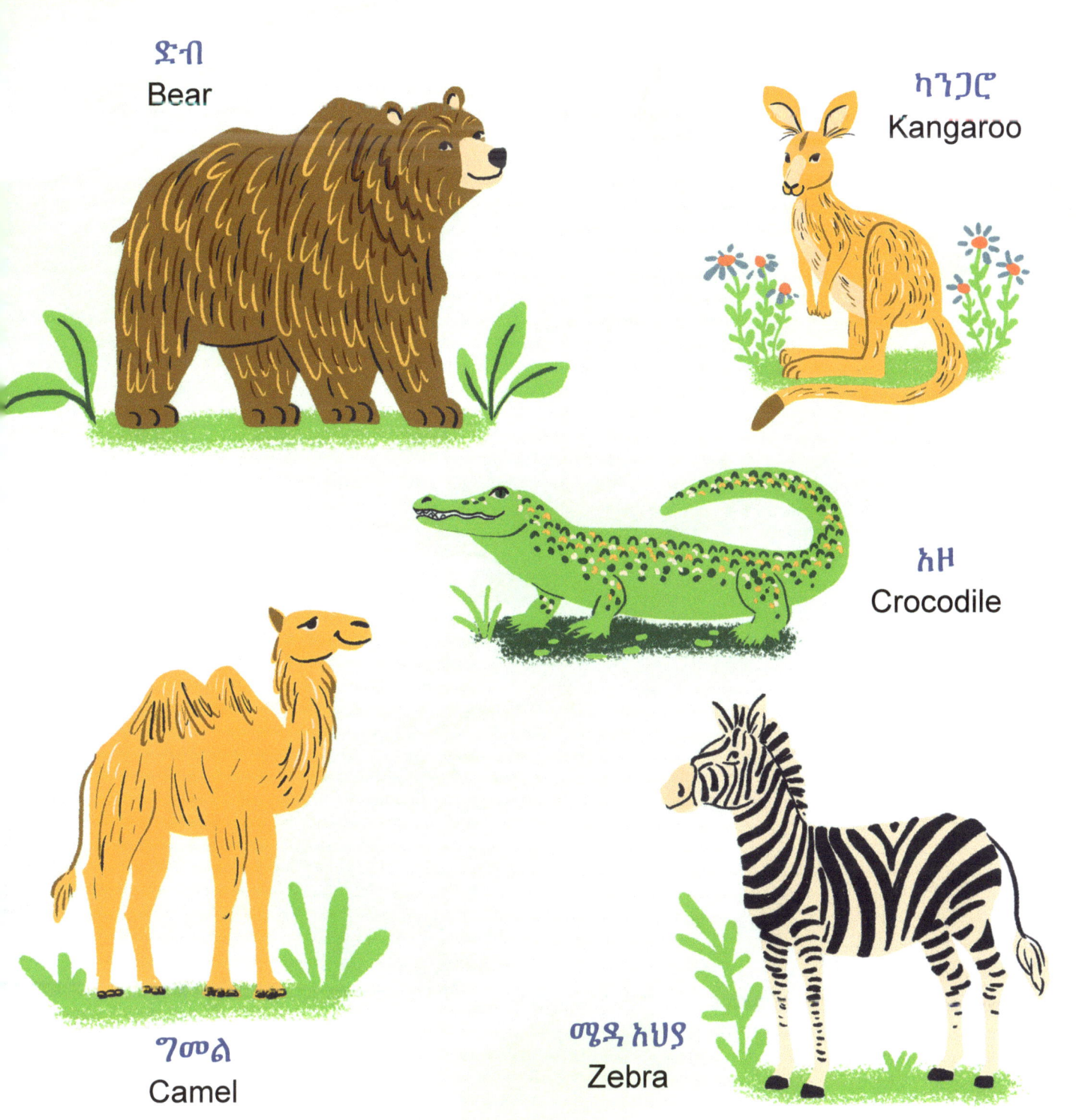

የዱር እንስሳት
Wild Animals

ጉማሬ
Hippopotamus

ፓንዳ
Panda

ቀበሮ
Fox

አውራሪስ
Rhino

አጋዘን
Deer

ሙስ
Moose

ተኩላ
Wolf

✦ሙስ በጣም ጥሩ ዋናተኛ ሲሆን ተክሎችን ለመመገብ ከውሃ በታች መጥለቅ ይችላል!
✦A moose is a great swimmer and can dive underwater to eat plants!

ሽኮኮ
Squirrel

✦ሽኮኮ ለክረምት ፍሬዎችን ይደብቃል ፤ ግን አንዳንድ ጊዜ የት እንዳስቀመጣቸው ይረሳል።
✦A squirrel hides nuts for winter, but sometimes forgets where it put them!

ኮአላ
Koala

ጎሪላ
Gorilla

የቤት እንስሳት
Pets

ካናሪ
Canary

✦ እንቁራሪት በሳምባዋ ብቻ ሳይሆን በቆዳዋም መተንፈስ ትችላለች!
✦ *A frog can breathe through its skin as well as its lungs!*

ጊኒ አሳማ
Guinea Pig

እንቁራሪት
Frog

ሀምስተር
Hamster

ወርቅ ዓሳ
Goldfish

ውሻ
Dog

✦አንዳንድ በቀቀን ቃላትን መገልበጥ
እና እንደ ሰው መሳቅ ይችላሉ!

✦*Some parrots can copy words and even laugh like a human!*

ድመት
Cat

በቀቀን
Parrot

በእርሻ ቦታ ላይ ያሉ እንስሳት
Animals at the Farm

ላም
Cow

ዶሮ
Chicken

ዳክዬ
Duck

በግ
Sheep

ፈረስ
Horse

አሳማ
Pig

ጥንቸል
Rabbit

ላማ
Llama

✦ፍየል ቁልቁል ድንጋዮችን እና ዛፎችን መውጣት ይችላል!

✦*A goat can climb steep rocks and even trees!*

ፍየል
Goat

ፒኮክ
Peacock

ቱርክ / ጅግራ
Turkey

በውሃ ውስጥ ያሉ እንስሳት
Animals in Water

ኮራል
Coral

ኦክቶፐስ
Octopus

ዶልፊን
Dolphin

ጄሊፊሽ
Jellyfish

✦ኦክቶፐስ ሶስት ልቦች አሉት እና ለመደበቅ ቀለሞችን መቀየር ይችላል!

✦*An octopus has three hearts and can change colors to hide!*

የባሕር ፈረስ
Seahorse

ሻርክ
Shark

ሎብስተር
Lobster

ዋልረስ
Walrus

✦ሎብስተር ሰማያዊ ደም አለው።
✦ *A lobster has blue blood.*

✦ሲል ከውሃ በታች ሲጠልቅ ለ
30 ደቂቃዎች ያህል ትንፋሹን መያዝ ይችላል!
✦*A seal can hold its breath for
30 minutes while diving underwater!*

ሲል
Seal

ክራብ
Crab

በሰማይ ላይ ያሉ እንስሳት
Animals in the Sky

ሲጋል
Seagull

እንጨት ቆራጭ
Woodpecker

✦ጭልፊት ከሰማይ ከፍታ ላይ አንድ ትንሽ አይጥ ማየት ይችላል!

✦*A hawk can spot a tiny mouse from high up in the sky!*

ንስር
Eagle

ርግብ
Pigeon

ጭልፊት
Hawk

ትንኝ
Mosquito

ድራጎንፍላይ
Dragonfly

✦ድራጎንፍላይ በምድር ላይ ካሉ የመጀመሪያዎቹ
ነፍሳት አንዱ ነበር፣ ከዳይኖሰርቶችም በፊት!

✦*A dragonfly was one of the first insects*
on Earth, even before dinosaurs!

ንብ
Bee

ቢራቢሮ
Butterfly

ሌዲባግ
Ladybug

በየብስ ላይ ያሉ እንስሳት
Animals on Land

አንበጣ
Grasshopper

እባብ
Snake

✦እባብ በአፍንጫው ፈንታ በምላሱ ያሸታል።

✦*A snake smells with its tongue instead of its nose!*

ጉንዳን በላ
Anteater

አባጨጓሬ
Caterpillar

ትል
Worm

ባድጀር
Badger

ጃርት
Porcupine

ግራውንድሆግ
Groundhog

✦እንሽላሊት ጅራቷን ካጣች አዲስ ጅራት ማብቀል ትችላለች!

✦*A lizard can grow a new tail if it loses one!*

እንሽላሊት
Lizard

ጉንዳን
Ant

አስማታዊ እንስሳት
Magical Animals

ዩኒኮርን
Unicorn

ፔጋሰስ
Pegasus

ድራጎን
Dragon

መርሜድ
Mermaid

የዱር ድመቶች
Wild Cats

ፑማ
Puma

አንበሳ
Lion

አቦሸማኔ
Cheetah

✦አቦሸማኔ በየብስ ላይ ካሉ እንስሳት ሁሉ ፈጣኑ ነው።

✦*A cheetah is the fastest animal on land.*

ሊንክስ
Lynx

ፓንተር
Panther

ትላልቅ እንስሳት
Big Animals
ዓሣ ነባሪ
Whale
ዋልረስ
Walrus
ጎሽ
Buffalo
ሰጎን
Ostrich
ጉማሬ
Hippopotamus
ቢሰን
Bison

ትናንሽ እንስሳት
Small Animals

እስስት
Chameleon

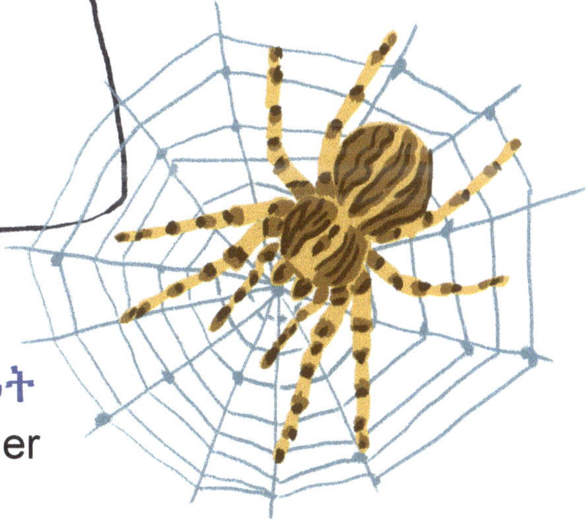

ሸረሪት
Spider

✦ ሰጎን ትልቁ ወፍ ነው፣ ግን መብረር አይችልም!
✦ An ostrich is the biggest bird, but it cannot fly!

ንብ
Bee

✦ ቀንድ አውጣ ቤቱን በጀርባው ተሸክሞ በጣም በዝግታ ይንቀሳቀሳል።
✦ A snail carries its home on its back and moves very slowly.

ቀንድ አውጣ
Snail

አይጥ
Mouse

ፀጥ ያሉ እንስሳት
Quiet Animals

ዔሊ
Turtle

ሌዲባግ
Ladybug

✦ዔሊ በየብስም በውሃም መኖር ይችላል።

✦A turtle can live both on land and in water.

ዓሣ
Fish

እንሽላሊት
Lizard

ጩኸተኛ እንስሳት
Loud Animals

አህያ
Donkey

ዶሮ
Rooster

እንቁራሪት
Frog

ጅብ
Hyena

ተኩላ
Wolf

የዋልታ እንስሳት
Polar Animals

ሲል
Seal

ኦርካ
Orca

ፑፊን
Puffin

አጋዘን
Reindeer

ፔንግዊን
Penguin

የዋልታ ድብ
Polar Bear

ኦራንጉታን
Orangutan

ፓንተር
Panther

ቱካን
Toucan

የጫካ እንስሳት
Jungle Animals

ጎሪላ
Gorilla

ኢጉአና
Iguana

አናኮንዳ
Anaconda

ስሎዝ
Sloth

የሌሊት እንስሳት
Nighttime Animals

ፋየር ፍላይ

ራሪ

Firefly

ባድጀር

Badger

ኪዊ ወፍ

Kiwi Bird

ነብር

Leopard

ጃርት

Hedgehog

ጉጉት
Owl

የሌሊት ወፍ
Bat

✦ራሪ ሌላ ራሪ ለማግኘት በሌሊት ያበራል።
✦A firefly glows at night to find other fireflies.

✦ጉጉት በሌሊት ያድናል እና ምግብ ለማግኘት የመስማት ችሎታውን ይጠቀማል!
✦An owl hunts at night and uses its hearing to find food!

ራኮን
Raccoon

ታራንቱላ
Tarantula

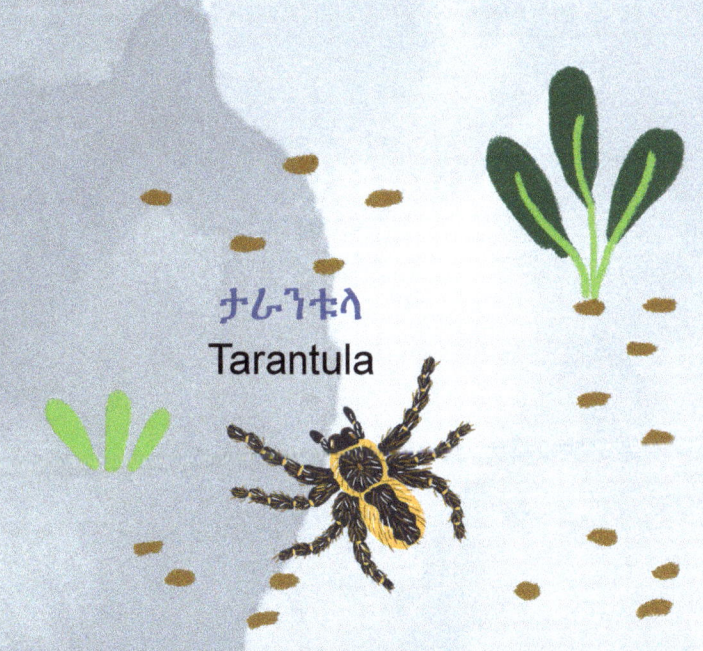

ባለቀለም እንስሳት
Colorful Animals

ፍላሚንጎ ሮዝ ነው
A flamingo is pink

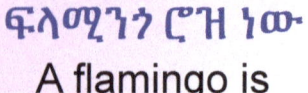

ጉጉት ቡናማ ነው
An owl is brown

ስዋን ነጭ ነው
A swan is white

ኦክቶፐስ ሐምራዊ ነው
An octopus is purple

እንቁራሪት አረንጓዴ ነው
A frog is green

✦ እንቁራሪት አረንጓዴ ነው፣ ስለዚህ በቅጠሎች መካከል መደበቅ ይችላል።
✦ *A frog is green, so it can hide among the leaves.*

የዋልታ ድብ ነጭ ነው
A polar bear is white

ቀበሮ ብርቱካንማ ነው
A fox is orange

ኮአላ ግራጫ ነው
A koala is grey

ፓንተር ጥቁር ነው
A panther is black

ጫጩት ቢጫ ነው
A chick is yellow

እንስሳት እና ግልገሎቻቸው
Animals and Their Babies

ላም እና ጥጃ
Cow and Calf

ድመት እና ድምር
Cat and Kitten

✦አንድ ጫጩት ከመፈልፈሉ በፊትም ከእናቱ ጋር ይነጋገራል።

✦*A chick talks to its mother even before it hatches.*

ዶሮ እና ጫጩት
Chicken and Chick

ውሻ እና ቡችላ
Dog and Puppy

ቢራቢሮ እና አባጨጓሬ
Butterfly and Caterpillar

በግ እና ጠቦት
Sheep and Lamb

ፈረስ እና የፈረስ ግልገል
Horse and Foal

አሳማ እና አሳማ ግልገል
Pig and Piglet

ፍየል እና ጠቦት
Goat and Kid

www.ingramcontent.com/pod-product-compliance
Lightning Source LLC
LaVergne TN
LVHW072054060526
838200LV00061B/4732